കിരൺ ബേദി

ഒരു ഉയർന്ന പോലീസ് അധികാരിയുടെ പദവി കൈവരിച്ചത് എങ്ങിനെ

കിരണിനെ ഞങ്ങൾ സ്നേഹത്തോടെ കിനി ചേച്ചിയെന്നാണ് വിളിച്ചിരുന്നത്. ഞങ്ങളുടെ
തറവാടിന് അടുത്തുള്ള ഉദ്യാനത്തിലും, പരിസരത്തും കളിച്ചും, ഉല്ലസിച്ചും വളരെ
രസകരമായിരുന്നു ഞങ്ങളുടെ കുട്ടിക്കാലം.

ഞങ്ങൾ കളിച്ചു രസിക്കുന്ന ജാലിയൻവാലാബാഗ്, സ്വാതന്ത്ര്യത്തിനായി ജീവൻ അർപ്പിച്ചവരുടെ
വീരഭൂമിയാണെന്നോ, ആദ്യമായി ഒരു വനിതാ ഐ.എ.എസ് ആഫീസർ കിരൺ ആകുമെന്നോ,
നിർഭയമായി നിയമം നടപ്പാക്കുമെന്നോ, അന്നു ഞങ്ങൾക്കറിയുമായിരുന്നില്ല

ഞങ്ങളുടെ മുതു മുത്തച്ഛൻ വളരെ ധനികനായ ഒരു വ്യാപാരിയായിരുന്നു. ഇന്ന് പാക്കിസ്ഥാനിലുള്ള പെശാവർ എന്നറിയപ്പെടുന്ന സ്ഥലത്തു നിന്ന് 1860 ൽ അമൃതസറിലേക്ക് താമസമാക്കിയ ഞങ്ങളെ പെശാവരിയർ എന്നാണ് വിളിക്കപ്പെട്ടിരുന്നത്.

ലാലാ ഹർഗോബിന്ദ് പെശാവരിയ

മുന്നിലാൽ പെശാവരിയ & പ്രീതം കൗർ

ഭിഷൺ ദാസ് അരോറ & കിർപാൽ കൗർ

വളരെ ധാർമ്മീകനും, വ്യാപാരിയുമായ ലാലാ ഹർഗോബിന്ദ് പെശാവരിയ ധാരാളം ധർമ്മശാലകൾ നിർമ്മിക്കുകയും, പെശാവരിയ ധർമ്മശാല എന്നറിയപ്പെടുന്ന ഇവിടം വടക്കെ ഇന്ത്യയിലെ പല പുണ്യസ്ഥലങ്ങളും ദർശിക്കാനായി വരുന്ന തീർത്ഥാടകരുടെ താമസത്തിന് വളരെ സഹായമായി.

ഞങ്ങളുടെ മാതാപിതാക്കളായ പ്രകാശ് ലാൽ & പ്രേമലത പെശാവരിയ

പെശാവരിയ ധർമ്മശാലാ

ഇന്ന് ഇവയുടെ നോക്കി നടത്തിപ്പ് പെശാവരിയ ട്രസ്റ്റിന്റെ മേൽനോട്ടത്തിലാണ്.

പരമ്പരഗതമായി വളരെ പേരെടുത്ത ധനികനും, വ്യവസായിയുമായ ഞങ്ങളുടെ അച്ഛൻ മുന്നിലാൽ പെശാവരിയക്ക് അമൃതസറിൽ വളരെയധികം സ്വത്തും, വ്യാപാരവും ഉണ്ടായിരുന്നു.
SERVICE CLUB AMRITSAR
അദ്ദേഹം ആ പട്ടണത്തിലെ അറിയപ്പെടുന്ന ക്ളബുകളിലെ അംഗമായിരുന്നു. തന്റെ നാലു മക്കളിൽ ക്ളബിൽ പോകുവാനുള്ള അനുമതി (ഞങ്ങളുടെ അച്ഛനായ) പ്രകാശിന് മാത്രമായിരുന്നു.
എനിക്ക് സ്കൂളിൽ പോകുന്ന മൂന്ന് മക്കളുണ്ടെന്ന് അദ്ദേഹം മനസ്സിലാക്കിയിരുന്നില്ല
പ്രകാശ് നിന്റെ മാസ ചിലവിനുള്ള തുക
വീട്ടിലേയും, ക്ളബിലേയും ചിലവുകൾ നൽകുന്നതിനാൽ ഈ തുച്ഛമായ തുകയിൽ കൂടുതലൊന്നും കൊടുക്കേണ്ട ആവശ്യമില്ലെന്നതായിരുന്നു അദ്ദേഹം കരുതിയത്.
വിദ്യാഭ്യാസമുണ്ടെങ്കിലും ഏവരെയും നിയന്ത്രിക്കുകയും, അനുസരിപ്പിക്കും വിധമായിരുന്നു അദ്ദേഹത്തിന്റെ പെരുമാറ്റം. തന്റെ അച്ഛൻ മാസം ലഭിക്കുന്ന ഈ തുച്ഛമായ വരുമാനത്തിൽ അദ്ദേഹത്തിനു കീഴിൽ ജോലി ചെയ്യുമെന്നാണ് കരുതിയിരുന്നത്.

ദീർഘ വീക്ഷണമുള്ള മാതാപിതാക്കൾ പഠിക്കാനായി ഞങ്ങളെ സേക്രട്ട് ഹാർട്ട് സ്കൂളിൽ ചേർക്കാനായി തീരുമാനിച്ചു. ആ സ്കൂൾ ഞങ്ങളുടെ വീട്ടിൽ നിന്നും 14 കിലോമീറ്റർ ദൂരെയായിരുന്നു. മാത്രമല്ല ഏറ്റവും കൂടുതൽ ഫീസും ഈടാക്കുന്ന സ്കൂളുമായിരുന്നു.
ഞങ്ങൾക്ക് നൽകിയിരുന്ന ചിലവിനുള്ള തുക, വലിയ ക്ലാസുകളിലായതോടെ ഫീസിനുപോലും തികയാതെ വന്നു.
ഇത്തവണയും നിന്റെ ഫീസ് വൈകിയല്ലോ..
സിസ്റ്ററേ, ഞാൻ അടുത്തമാസം തീർച്ചയായും നൽകാം.
താങ്ങാനാവാത്ത ചിലവു മൂലം വിഷമിക്കുന്ന തന്റെ പിതാവിനെ വിളിച്ച് ഒരു ദിവസം അച്ഛൻ ഇപ്രകാരം പറഞ്ഞു.
അച്ഛാ, എന്റെ ഇതുവരെയുള്ള കാര്യങ്ങളിലെല്ലാം അങ്ങാണ് എല്ലാ തീരുമാനവും എടുത്തിരുന്നത്. എന്നാൽ എന്റെ പെൺമക്കളുടെ കാര്യത്തിൽ അങ്ങ് തീരുമാനമെടുക്കാൻ ഞാൻ അനുവദിക്കുകയില്ല
പ്രകാശ്, നമ്മുടെ വീടിന്റെ വളരെ അടുത്തുതന്നെ ഫീസ് വാങ്ങാതെ പഠിപ്പിക്കുന്ന ഒരു സ്കൂളുണ്ട്. നീ എന്തുകൊണ്ട് നിന്റെ പെൺമക്കളെ അവിടേക്ക് അയക്കുന്നില്ല. അവരുടെ വിവാഹത്തിന് സ്ത്രീധനമായി നൽകാനും വീട്ടിൽ നല്ലൊരു തുക കരുതി വെക്കണം.
അങ്ങിനെയെങ്കിൽ നിന്റെ ചിലവുകളെല്ലാം നീ സ്വയം നോക്കിക്കൊള്ളുക, എന്നിൽ നിന്ന് ഒരു സാമ്പത്തിക സഹായവും പ്രതീക്ഷിക്കേണ്ട.
പ്രേം, ഇന്ന് ആദ്യമായി ഞാൻ എന്റെ പിതാവിനെ എതിർക്കാനുള്ള ധൈര്യം കാണിച്ചു. എന്റെ പെൺമക്കളെ ഞാൻ വ്യത്യസ്തമായി വളർത്തും.
എന്തുതന്നെ വന്നാലും തന്റെ പെൺമക്കളുടെ വിദ്യാഭ്യാസത്തിന്റെ കാര്യത്തിൽ ഒരു വിട്ടുവീഴ്ച്ചക്കും ഒരുക്കമല്ല. എന്റെ പെൺമക്കൾ സഹായം നേടുന്നതിന് പകരം സഹായം നൽകുന്നവരാകണം.
അതിനുശേഷം തന്റെ പിതാവ് ഇൻഷുറൻസിൽ ജോലി ചെയ്യാൻ തുടങ്ങി, ഞങ്ങളുടെ സ്കൂൾ ഫീസ് കൊടുക്കുന്ന കാര്യം ഞങ്ങളുടെ മുത്തശ്ശനും, മുത്തശ്ശിയും (അമ്മയുടെ മാതാപിതാക്കൾ) ഏറെടുക്കുകയും ചെയ്തു. കുറച്ചു നാളുകൾക്കു ശേഷം മാതാ പിതാക്കളുടെ കുടുംബ സ്വത്തിന്റെ ഒരു വലിയ ഭാഗം ഞങ്ങൾക്ക് ലഭിക്കാനിടയായി.

വളരെ ചെറിയനാൾ മുതൽക്കുതന്നെ കിരണിൽ നേതൃത്വക്ഷമത കാണാമായിരുന്നു. വളരെ പരിശ്രമിയും, ഉൽസാഹിയുമായ കിരൺ അദ്ധ്യാപകരുടെ കണ്ണിലുണ്ണിയായി.
അല്ലയോ ദൈവമേ, എന്റെ മാതാപിതാക്കൾക്ക് അഭിമാനിക്കാവുന്ന വിധം ഞാൻ ആയിതീരാൻ എന്നെ സഹായിക്കേണമേ.
എത്ര ചൂടും, തണുപ്പും ഉണ്ടെങ്കിലും, പിതാവ് സൈക്കിളിൽ ഞങ്ങളെ സ്കൂളിൽ കൊണ്ടുപോകുക പതിവായിരുന്നു. തങ്ങൾക്ക് നല്ലത് ലഭ്യമാക്കാനായി മാതാപിതാക്കൾ സഹിക്കുന്ന വിഷമങ്ങളെ കുറിച്ച് ഞങ്ങൾ, പ്രത്യേകിച്ച് കിരൺ മനസ്സിലാക്കിയിരുന്നു.
ഈ വിയർപ്പിന്റെ ഒരു തുള്ളിപോലും വെറുതെയാകാൻ ഞാൻ അനുവദിക്കുകയില്ല.

ദിവസവും സ്കൂളിനുശേഷം ടെന്നീസ് കളിക്കാനായി ഞങ്ങൾ പോകുമായിരുന്നു. ഏകദേശം 7 കിലോമീററർ യാത്ര ചെയ്യേണ്ടതിനാൽ, ബസ്സ് പിടിക്കാനോ, ഏതെങ്കിലും കൂട്ടുകാരുടെ വണ്ടിയിൽ യാത്ര ചെയ്യാനാകുമെങ്കിൽ അതിനും ഞങ്ങൾ സഹോദരിമാർ ശ്രമിച്ചിരുന്നു.

സ്കൂളിൽ ഹാജരാകുന്നതിനൊപ്പം, നല്ല രീതിയിൽ പഠിക്കുക, ടെന്നീസ് മൽസരങ്ങളിൽ പങ്കെടുക്കുക, എന്നിവക്കായി 24 മണിക്കൂർ മാത്രമെ ഉള്ളൂ എന്നതിനാൽ പല കാര്യങ്ങളും ഞങ്ങൾക്ക് ഒന്നിച്ചു ചെയ്യേണ്ടതായി വരുകയും, അതിനുള്ള കഴിവ് ഞങ്ങൾ നേടുകയും ചെയ്തു.

ഞങ്ങളുടെ ഹോം വർക്ക് ചെയ്യുന്ന കാര്യത്തിലായാലും, ടെന്നീസ് കോർട്ടിൽ തങ്ങളുടെ ഊഴത്തിനായി വളരെ നേരം കാത്തു നിൽക്കുമ്പോഴും.

വീട്ടിലേക്ക് മടങ്ങുന്ന സമയത്ത് സാമൂഹ്യദ്രോഹികളെ നേരിടുന്ന കാര്യത്തിലും, മറ്റ് ഏത് വിഷമ സ്ഥിതിയെ നേരിടാൻ വേണ്ട ആത്മധൈര്യവും, വിശ്വാസവും വളരെ ചെറിയ നാളിൽ തന്നെ, സ്വയം ഞങ്ങൾ നേടിയിരുന്നു.

രാത്രി ഭക്ഷണം കഴിക്കുമ്പോൾ അത് അമ്മയുണ്ടാക്കിയ സ്വാദിഷ്ടമായ വെറും ഭക്ഷമായിരുന്നില്ല,

ദിവസം നടന്ന കാര്യങ്ങൾ പരസ്പരം പറഞ്ഞ്, ഞങ്ങൾ രസിക്കുകയും ചെയ്തിരുന്നു.

മുറി വൃത്തിയാക്കുന്ന കാര്യത്തിലാണെങ്കിലും,

പിതാവിന്റെ ബൈക്ക് തുടച്ചു വൃത്തിയാക്കുന്നതിലാണെങ്കിലും ഏതു ജോലിയിലും ഞങ്ങൾ പരസ്പരം സഹായിച്ചിരുന്നു.

വെറും ഭക്ഷണം വഴിയുള്ള പോഷണം മാത്രമല്ല, ഞങ്ങളുടെ പിതാവിന് രാത്രി വളരെ വൈകും വരെ പുസ്തകം വായിക്കുന്ന ശീലമുണ്ടായിരുന്നതിനാൽ, വിളക്കണഞ്ഞതിന് ശേഷവും തനിക്ക് പ്രേരകമായി തോന്നിയ കാര്യങ്ങൾ അച്ഛൻ തങ്ങളുമായി പങ്കുവെച്ചിരുന്ന കാര്യവും കിരൺ ഓർക്കുന്നു.

ഈ ചെറിയ ചെറിയ കാര്യങ്ങൾ അവൾക്ക് ഉൽസാഹത്തോടൊപ്പം, വളരെ പ്രേരണയും നൽകിയിരുന്നു.

നമുക്ക് ഒരാളെ സഹായിക്കണമെങ്കിൽ ആദ്യം നാം അത്രത്തോളം പ്രാധാന്യമുള്ള ഒരു സ്ഥാനംനേടേണ്ടത് വളരെ ആവശ്യമാണെന്ന് വളരെ ചെറിയ പ്രായത്തിലെ കിരൺ മനസ്സിലാക്കിയിരുന്നു. ഒരു ദിവസം ഞങ്ങളുടെ പാൽക്കാരി കരഞ്ഞുകൊണ്ട് അവരുടെ ഭർത്താവിനെ പോലീസ് കള്ളകേസിൽ അറസ്റ്റ് ചെയ്തതായി പറഞ്ഞു.

സാർ, എന്റെ ഭർത്താവ് നിരപരാധിയാണ്, ദയവായി രക്ഷിക്കണം.

ആ പ്രദേശത്തെ പോലീസ് മേധാവിക്ക് അച്ഛൻ ഫോൺ ചെയ്യുന്നത് കിരൺ കണ്ടു.

ആഫീസർ, ഈ മനുഷ്യൻ നിരപരാധിയാണ്, ഒരു അനീതിയും ഇയാൾക്ക് ഉണ്ടാകില്ലെന്ന് ഉറപ്പു വരുത്തണം.

അത് നടപ്പിലായി, വൈകുന്നേരം അവരുടെ ഭർത്താവ് വീട്ടിൽ തിരിച്ചെത്തി.

ദൈവമെ, ആവശ്യമുള്ളവരെ സഹായിക്കാൻ കഴിയും വിധത്തിലുള്ള ഒരു സ്ഥാനത്തേക്ക് എന്നെ എത്തിക്കേണമേ!

ഞങ്ങളെ ആഘാതമേൽപ്പിച്ച മറെറാരു സംഭവമായിരുന്നു അക്കാലത്തെ വിവാഹം. എന്തുകൊണ്ടാണ് വിവാഹത്തിൽ ഇത്രയധികം വിലപിടിച്ച വസ്തുക്കളും, ആർഭാഢവുമെന്ന് അച്ഛനോട് ചോദിച്ചപ്പോൾ മറുപടിയായി അദ്ദേഹം പറഞ്ഞു അതെല്ലാം വരനും, വീട്ടുകാരും സ്ത്രീധനമായി ചോദിച്ചതിനാൽ നൽകുന്നതാണ്.
ഏതൊരു പെൺകുട്ടിയുടെ വിവാഹവും ഇപ്രകാരം വിലപിടിച്ച വസ്തുക്കൾ നൽകിയാൽ മാത്രമെ സാധിക്കുകയുള്ളൂ.
അതെ മകളെ, ഏതു വരന്റെ വീട്ടുകാർ ഇപ്രകാരം ആവശ്യപ്പെടുന്നുവോ, അതുപോലെ ഇതിനെ എതിർക്കാനായി ധൈര്യമില്ലാതെ അതിനു വഴങ്ങുന്ന പെൺകുട്ടികളുടെ വീടുകളിലും ഇത് സാധാരണമാണ്.
അമ്മ, എന്നെ ഉടൻ വീട്ടിലേക്ക് തിരികെ കൊണ്ടുപോകൂ, എനിക്ക് ഇവിടെ ഒന്നും നല്ലതായി തോന്നുന്നില്ല. ഇവിടെന്നിന്നും ഭക്ഷണം കഴിക്കാനും മനസ്സ് വരുന്നില്ല.
താനും ഒരു പെൺകുട്ടിയാണ്, എന്റെ കൂടെയും ഇപ്രകാരം സംഭവിക്കുമോ? ഇതെല്ലാം ഓർത്തുകൊണ്ട് കിരണിന് അന്നു രാത്രി അശേഷം ഉറങ്ങാനായില്ല.
കിനി, കിടന്നുറങ്ങ്, നിനക്കും നിന്റെ സഹോദരിമാർക്കും ഇതൊന്നും നേരിടേണ്ടി വരുകയില്ല, കാരണം നിങ്ങളെ ഇതിൽ നിന്നെല്ലാം വളരെ വ്യത്യസ്തമായാണ് വളർത്തിയിരിക്കുന്നത്. നിങ്ങൾ വാങ്ങുന്നതിന് പകരം കൊടുക്കുന്നവരായിരിക്കും.

സ്കൂളിൽ പഠിക്കുന്ന സമയത്ത് തന്നെ കിരൺ ശരിയും തെറ്റും തിരിച്ചറിഞ്ഞിരുന്നു. അവളുടെ ഓരോ തീരുമാനവും വളരെ ശരിയായിരുന്നു.
കിരൺ നിനക്ക് കണക്കിൽ മാർക്ക് കുറവായതിനാൽ ഞങ്ങൾക്ക് സയൻസ് വിഷയത്തിന് പകരം ഹോം സയൻസ് മാത്രമെ തരാനാകൂ.
ഹോം സയൻസ്, ഒരിക്കലുമില്ല, അങ്ങിനെയെങ്കിൽ എനിക്ക് സ്കൂൾ മാറേണ്ടതായി വരും.
അമ്മേ, അവർ എനിക്ക് സയൻസിന് പകരം ഹോം സയൻസാണ് തരാൻ പോകുന്നത്, അതിനാൽ എനിക്ക് വേറൊരു സ്കൂളിലേക്ക് മാറണം.
ശരി മകളെ, നിന്റെ ആഗ്രഹം വളരെ സ്പഷ്ടമാണ്.
CAMBRIDGE COLLEGE
കിരണിന്റെ ചിന്ത എപ്പോഴും വളരെ സ്പഷ്ടമാണ്, മറെറാരു സ്കൂളിൽ ചേർന്ന അവർ സയൻസിനോടൊപ്പം, ഹിന്ദിയുമെടുത്ത് ഡബിൾ പ്രൊമോഷനോടെ മറ്റുള്ളവരേക്കാൾ വയസ്സു കുറവാണെങ്കിലും, അവരേക്കാൾ ഒരു വർഷം മുന്നിലായി.

ചൂടിൽ ടെന്നീസ് കളിക്കുമ്പോൾ തന്റെ നീളമേറിയ മുടി കെട്ടിയൊതുക്കാൻ പ്രയാസമാണെന്ന് കിരൺ ഒരു ദിവസം മനസ്സിലാക്കി, കിരൺ താൻ എങ്ങിനെ കാണപ്പെടുന്നൂ എന്നതിനേക്കാൾ, താൻ എന്തു ചെയ്യുന്നു എന്നതിനാണ് പ്രാധാന്യം നൽകിയിരുന്നത്.
എന്റെ കണ്ണിൽ വീണുകൊണ്ടിരിക്കുന്ന നീളമുള്ള മുടിയിൽ നിന്നെനിക്ക് സ്വതന്ത്രയാകണം.
എല്ലാ വൈകുന്നേരങ്ങളിലും തങ്ങളുടെ കൂടെ ടെന്നീസ് കോർട്ടിൽ വരുന്ന അമ്മയുടെ അനുവാദത്തോടെ...
അമ്മേ, എനിക്ക് വിഷമം സൃഷ്ടിക്കുന്ന ഈ നീളമേറിയ മുടി ദയവായി ഞാൻ മുറിച്ചോട്ടെ.
ശരി, മകളെ നിന്റെ ഇഷ്ടപ്രകാരം ചെയ്തോളൂ.
DOGRA
Hair Dresser AMRITSAR
കിരൺ ഉടനെ, തന്റെ അച്ഛന്റെ മുടി മുറിക്കാറുള്ള ഹെയർ ഡ്രെസ്സറുടെ അടുത്ത് ചെന്ന് തന്റെ മുടി മുറിക്കാനായി ആവശ്യപ്പെട്ടു.
മിസ്റ്ററർ, ഡോഗ്ര തനിക്ക് അറിയാവുന്ന ഏക കട്ടായ ബോയ് കട്ടിൽ കിരണിന്റെ മുടി മുറിച്ചു.
പേന്റ് ധരിച്ചതോടെ കിരൺ തികച്ചും ഒരാൺകുട്ടിയായി കാണപ്പെടുകയും, ഇത് പലപ്പോഴും കിരണിന് പൂവാലൻമാരുടെ കണ്ണിൽപെടാതിരിക്കാൻ സഹായകമായി.
ഹലോ, നീ അണോ, അതോ പെണ്ണോ
നിന്റെ കണ്ണോ അതോ പകരം ബട്ടനോ

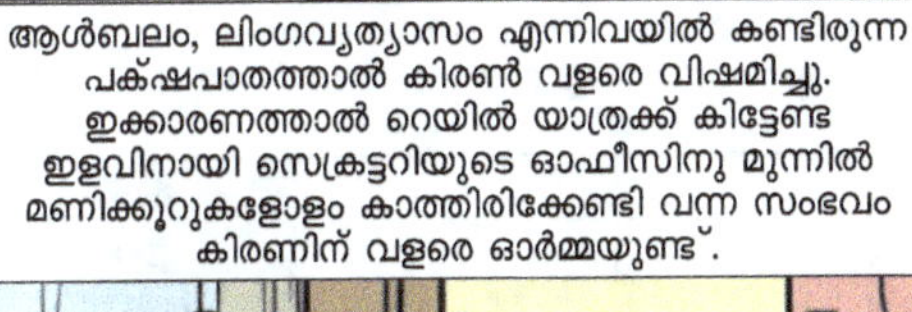
ആൾബലം, ലിംഗവ്യത്യാസം എന്നിവയിൽ കണ്ടിരുന്ന പക്ഷപാതത്താൽ കിരൺ വളരെ വിഷമിച്ചു. ഇക്കാരണത്താൽ റെയിൽ യാത്രക്ക് കിട്ടേണ്ട ഇളവിനായി സെക്രട്ടറിയുടെ ഓഫീസിനു മുന്നിൽ മണിക്കൂറുകളോളം കാത്തിരിക്കേണ്ടി വന്ന സംഭവം കിരണിന് വളരെ ഓർമ്മയുണ്ട്.

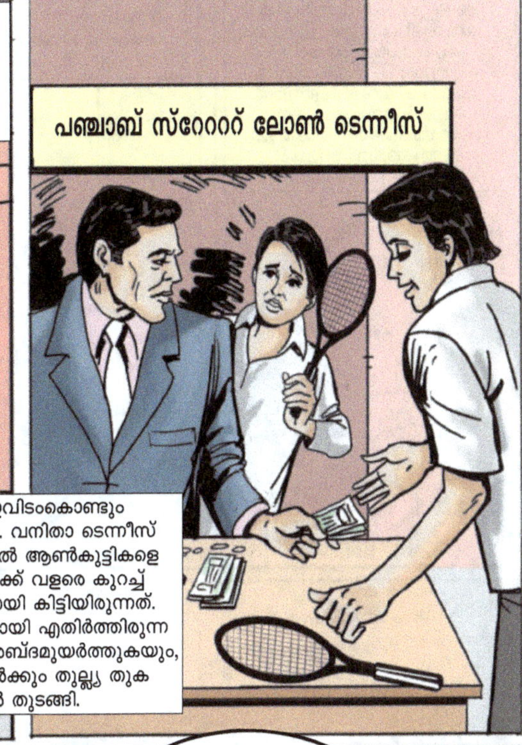

ഈ ദുർഭാവന ഇവിടംകൊണ്ടും അവസാനിച്ചിരുന്നില്ല. വനിതാ ടെന്നീസ് കളിക്കാരിയായതിനാൽ ആൺകുട്ടികളെ അപേക്ഷിച്ച് ഇവർക്ക് വളരെ കുറച്ച് തുകയാണ് ബത്തയായി കിട്ടിയിരുന്നത്. അന്യായത്തെ ശക്തമായി എതിർത്തിരുന്ന കിരൺ ഇതിനെതിരെ ശബ്ദമുയർത്തുകയും, അതുവഴി വനിതകൾക്കും തുല്ല്യ തുക നൽകുവാൻ തുടങ്ങി.

ഏതു തരത്തിലുള്ള പക്ഷപാതവും കിരണിന് സഹിക്കാൻ കഴിയുമായിരുന്നില്ല.

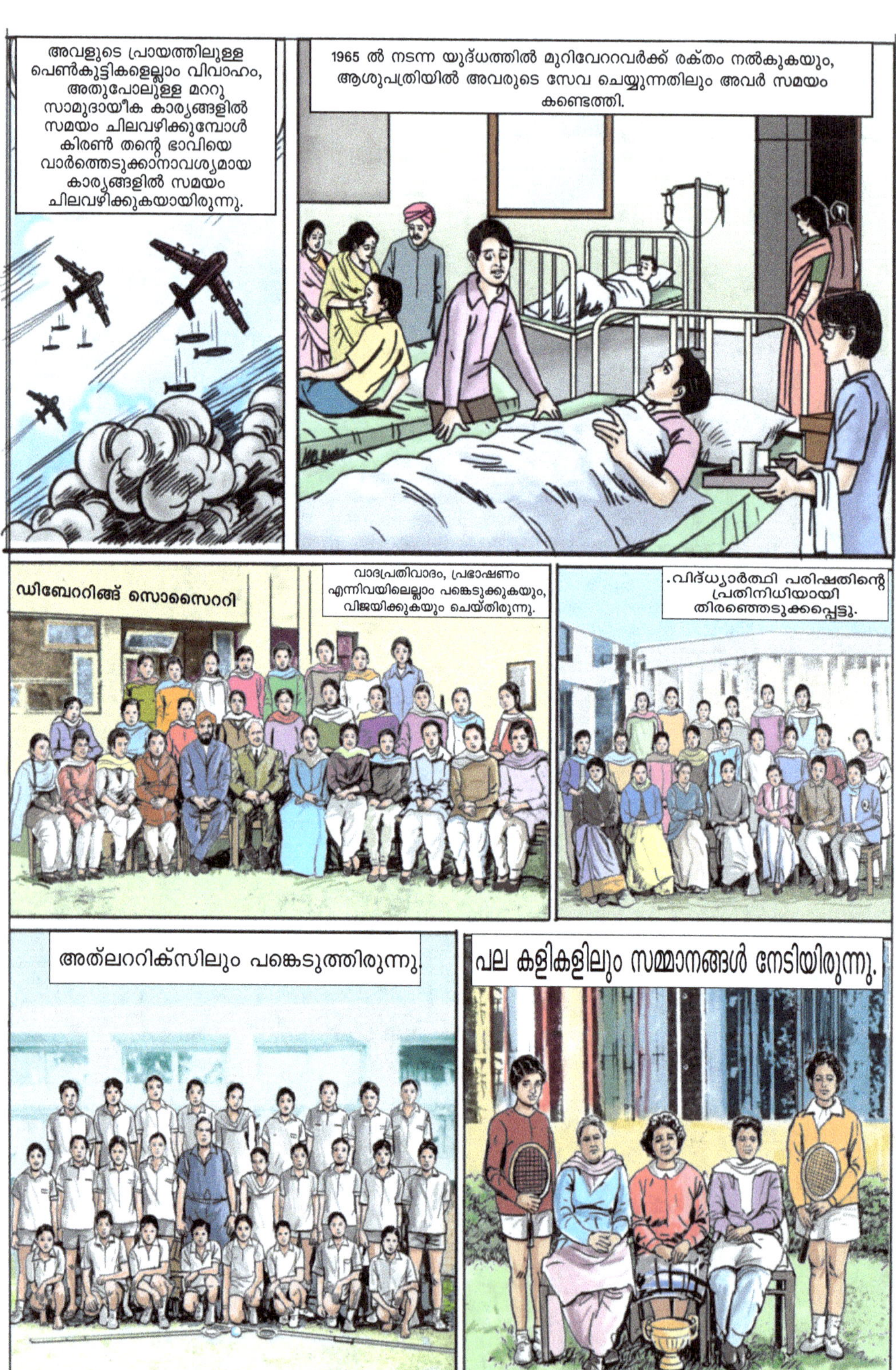
അവളുടെ പ്രായത്തിലുള്ള പെൺകുട്ടികളെല്ലാം വിവാഹം, അതുപോലുള്ള മറ്റു സാമുദായിക കാര്യങ്ങളിൽ സമയം ചിലവഴിക്കുമ്പോൾ കിരൺ തന്റെ ഭാവിയെ വാർത്തെടുക്കാനാവശ്യമായ കാര്യങ്ങളിൽ സമയം ചിലവഴിക്കുകയായിരുന്നു.
1965 ൽ നടന്ന യുദ്ധത്തിൽ മുറിവേറ്റവർക്ക് രക്തം നൽകുകയും, ആശുപത്രിയിൽ അവരുടെ സേവ ചെയ്യുന്നതിലും അവർ സമയം കണ്ടെത്തി.
ഡിബേററിങ്ങ് സൊസൈററി
വാദപ്രതിവാദം, പ്രഭാഷണം എന്നിവയിലെല്ലാം പങ്കെടുക്കുകയും, വിജയിക്കുകയും ചെയ്തിരുന്നു.
.വിദ്ധ്യാർത്ഥി പരിഷതിന്റെ പ്രതിനിധിയായി തിരഞ്ഞെടുക്കപ്പെട്ടു.
അത്ലററിക്സിലും പങ്കെടുത്തിരുന്നു.
പല കളികളിലും സമ്മാനങ്ങൾ നേടിയിരുന്നു.

എൻ.സി.സി യിലെ ഏററവും നല്ല കേഡററായി തിരഞ്ഞെടുക്കപ്പെട്ടു.

കോളേജിൽ പഠിക്കുമ്പോൾ ഡ്രാമയിലും മററും പങ്കെടുത്തിരുന്നു.

കോളേജിലെ സർവ്വോത്തമ വിദ്ധ്യാർത്ഥിക്കുള്ള ട്രോഫിയും ലഭിച്ചു.

ഏതു കാര്യത്തിലും കിരൺ വിജയിയായി.

A.I. GIRLS' LAWN TENNIS 1967.

Miss Kiran Peshawria Wins Singles Title

From Our Correspondent

AMRITSAR, Feb. 4 — Carmichael (Australia) and Elsenbroich (Germany) today entered the singles final of the Punjab Lawn Tennis Championships beating Orlander (Sweden No. 2) and Mabrouk Ali (UAR) 6|3, 6|8, 6|4, 6|3 and 6|4, 6|4, 6|4, 9|7, respectively.

Miss Kiran Peshawria won the singles final of the All-India National Girls' Lawn Tennis Championships beating Miss Shobha Pawar 6|2, 6|3. Incidentally, it was wrongly reported in yesterday's results that Miss Kiran Peshawria had beaten Miss Rita Surayya. Actually, Miss Surayya beat Miss Peshawria 5|7, 6|4, 7|5 in the women's singles semifinals.

The following are the results:

Men's Singles: Carmichael b Orlander 6|3, 6|8, 6|4, 6|3; Elsenbroich b Mabrouk Ali 6|4, 6|4, 9|7.

Men's Doubles (semi-finals): Balram Singh and G. Misra b Akbari and Namati 6|3, 6|2; Carmichael and Mabrouk Ali versus Vinay Dhawan and Shyam Minotra unfinished with one set all and 5|5 in the third set.

Boys' Juniors (over 14) singles (semi-finals): G. Misra b Om Prakash 6|2, 12|10; Namati b Narendra Singh 3|6, 6|6.

Boys' Juniors Doubles (Semi-finals): Narendra Singh and Misra b Mukherji and Namati 6|3, 3|6, 6|3; Ranade and S. Menon b Om Prakash and Vijay Dhawan 6|3, 6|0.

Boys' Juniors (under 14) semi-finals: B. K. Goswami b Jasbir Singh 6|3, 6|0; Pawan Bhatia b Kishen Verma.

Girls' Singles (Final): Miss Kiran Peshawria b Miss Shobha Pawar 6|2, 6|3.

Mixed Doubles (Semi-finals): Miss Kiran Peshawria and Balram Singh b Mrs. P. Gupta and Elsenbroich 6|2, 6|3.

DECCAN HERALD, Wednesday, December 25, 1968

Kiran Peshawria, skipper of the victorious Punjab team receiving the trophy from Mr. J. B. Mallaradhya, President of the Mysore State Sports Council, at the end of the All-India Inter-University Tennis Tourney final at the Mahila Seva Samaj courts on Tuesday morning. Punjab beat...

(16) THE SUNDAY TRIBUNE, DECEMBER 14, 1969

Kiran Peshawaria Whips Yugoslav Girl To Win Title

NEW DELHI, Dec. 13 (UNI, PTI)—Top-seeded Kiran Peshawaria, of Punjab, won the women's singles title in the Delhi State Lawn Tennis Championships when she whipped Irena Skaja, of Yugoslavia, 7-5 6-4 here today.

Punjab girls retain Varsity Tennis title

BANGALORE, December 25.

PLAYING scintillating Tennis Kiran Peshawaria, skipper of Punjab, helped her team retain the title which they won last year at Waltair by claiming the last reverse singles against Udaya Kumar after her sister Rita Peshawaria had made short work of Jayanthi in the first singles in the All-India Inter-University Tennis Tournament final for women at the Mahila Seva Samaj courts this morning. Punjab won 3-2.

നാഷണൽ ജൂനിയർ കോച്ചിങ് ക്യാമ്പ്, പൂനെ.

എപ്പോഴും ഞങ്ങൾ ടെന്നീസ് കോർട്ടിൽ വെളുത്ത ട്രവസറും, ടീഷർട്ടും മാത്രം ധരിച്ച് പോയിരുന്നതിനാൽ ഞങ്ങൾക്ക് ഒരു ഓമനപേരും ലഭിക്കുകയുണ്ടായി 'പഞ്ചാബ് ബ്രദേഴ്സ്'
സബാഷ് പഞ്ചാബ് ബ്രദേഴ്സ്
പഞ്ചാബ് ബ്രദേഴ്സ് ആ സംസ്ഥാനത്തിന്റെ അഭിമാനവും, സന്തോഷവുമായി.
1968 ൽ വിശാഖ പട്ടണം, 1969 ബാംഗ്ലൂർ, 1970 ജബൽപൂർ തുടർച്ചയായി മൂന്നു തവണയും ഓൾ ഇന്ത്യ ഇന്റർ യൂണിവേഴ്സിറ്റി വനിതാ ടെന്നീസ് ചാമ്പ്യൻഷിപ്പ് ട്രോഫി വടക്കു നിന്ന് ഞങ്ങളുടെ സംസ്ഥാനത്ത് എത്തുമ്പോൾ പ്രത്യേകിച്ചും.

ആകാശവാണിയിൽ നിന്ന് ഇന്നത്തെ കായിക വാർത്ത, ഇത്തവണയും, പഞ്ചാബ് യൂണിവേഴ്സിറ്റി ടെന്നീസ് കിരീടം നിലനിർത്തി. പെശാവരിയാ സഹോദരിമാർ കർണ്ണാടകയെ കഠിനമായ വെല്ലുവിളിയിൽ തോൽപ്പിച്ചാണ് ഈ കിരീടം നിലനിർത്തിയത്.

അക്കാലത്ത് ഏറവും വേഗതയിൽ വാർത്തകൾ അറിയുവാനുള്ള ഏകമാർഗ്ഗം റേഡിയോ ആയിരുന്നു, പത്രവാർത്തയും, ഒച്ചിന്റെ വേഗതയിലുള്ള മെയിലിന്റേയും സ്ഥാനം അതിനുശേഷമായിരുന്നു.

ഇത്രയേറെ ട്രോഫികൾ വളരെ ചെറിയ പ്രായത്തിലേ നേടിയ കിരൺ കായിക ലോകത്ത് വളരെ അറിയപ്പെട്ടു.

തന്റെ ആദ്യ ഓട്ടോഗ്രാഫ് ഒരു യുവതിക്ക് നൽകുമ്പോൾ അതിൽ ഇപ്രകാരം എഴുതി: 'നിങ്ങളുടെ ജീവിതം അസാധാരണമായ ഒന്നാക്കുക'

ഇനി വരുന്ന കഠിന വെല്ലുവിളികളെ മറി കടന്ന് വിജയഗാഥ രചിക്കുമെന്ന് ഇത്ര ചെറുപ്പത്തിലെ ഒരുപക്ഷെ അവർക്കറിയുമായിരുന്നില്ല.

Be Extra Ordinary in your life
Kiran Peshawaria

ഈ കളികൾക്കായി ക്ളാസിൽ ഹാജരാകാൻ കഴിയാത്തതിനാൽ ആ കുറവ് എങ്ങിനെയാണ് നിങ്ങൾ പരിഹരിക്കുന്നത്?
ഞാൻ യാത്ര ചെയ്യുമ്പോൾ എന്റെ പുസ്തകങ്ങൾ കൂടെ കൊണ്ടു പോകുകയും, കളിക്കുശേഷം വൈകുന്നേരങ്ങളിൽ കിട്ടുന്ന സമയത്ത് പഠിക്കുകയും, പരീക്ഷക്ക് തയ്യാറെടുക്കുകയും ചെയ്യുന്നു.
നിങ്ങൾ ടെന്നീസ് ഔദ്യോഗീകമായി സ്വീകരിക്കുമോ?
ഒരു കുടുംബപരമായ കളിയാണ് ടെന്നീസ്, അതിൽ ഓൾ റൗണ്ടർ ആകേണ്ടതുണ്ട്. എന്നാൽ ഞാൻ സർക്കാരിൽ ജോലി ചെയ്യാനാഗ്രഹിക്കുന്നു.
മകളെ, നിനക്ക് തനിയെ യാത്ര ചെയ്യുമ്പോൾ ഭയമില്ലെ?
ഇല്ല, ആന്റി എന്നെ വളരെ ധൈര്യ ശാലിയായാണ് വളർത്തി യിരിക്കുന്നത്.
ലോകത്തിൽ ഏററവും കൂടുതലായി ആരെയാണ് നിങ്ങൾ ആദരിക്കുന്നത്?
മാർട്ടീൻ ലൂതർ കിങ്ങ്, ഇന്ദിരാ ഗാന്ധി എന്നിവരെ
ഒഴിവു സമയത്ത് നിങ്ങൾ എന്താണ് ചെയ്യുക?
എന്റെ സഹോദരിമാരുമൊത്ത് സൈക്കിൾ സവാരി ചെയ്യാനും, എനിക്ക് പ്രിയപ്പെട്ട കടയിൽ നിന്ന് ഗോൾഗപ്പ കഴിക്കാനും.
ജീവിതത്തിൽ നിങ്ങളുടെ ആദർശ വാക്യം എന്താണ്?
എന്റെ മാതാ പിതാക്കൾക്ക് എന്നിൽ അഭിമാനിക്കാൻ സാധിക്കണം.

കോളേജിൽ നിന്നും ബിരുദം നേടിയെടുത്തതിനു ശേഷം കിരൺ തന്റെ അടുത്ത ലക്ഷ്യം ആരംഭിച്ചു.

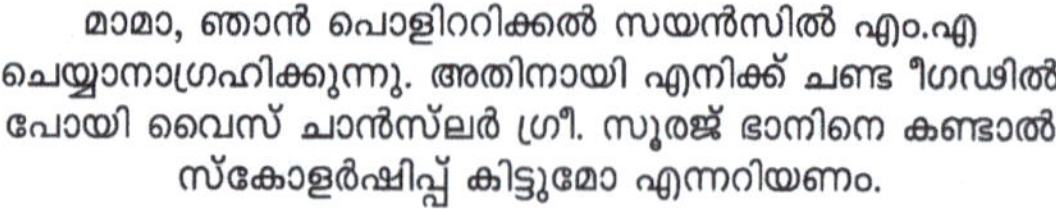

മാമാ, ഞാൻ പൊളിറ്റിക്കൽ സയൻസിൽ എം.എ ചെയ്യാനാഗ്രഹിക്കുന്നു. അതിനായി എനിക്ക് ചണ്ഡീഗഢിൽ പോയി വൈസ് ചാൻസ്ലർ ഗ്രീ. സൂരജ് ഭാനിനെ കണ്ടാൽ സ്കോളർഷിപ്പ് കിട്ടുമോ എന്നറിയണം.

പോയി വിജയിച്ചു വരൂ മകളെ.

പഠനത്തിലും, കളിയിലും രണ്ടിനത്തിലും നിങ്ങൾക്ക് സ്കോളർഷിപ്പ് തരുന്നതിൽ പഞ്ചാബ് യൂണിവേഴ്സിറ്റിക്ക് വളരെ അഭിമാനമുണ്ട്. ആദ്യമായാണ് ഞങ്ങൾ ഇപ്രകാരം ചെയ്യുന്നത്, കാരണം ഇതുവരെ ഒരു വിദ്യാർത്ഥിക്കും ഒരുമിച്ച് ഈ രണ്ടു ക്ഷേത്രത്തിലും ഒന്നാം സ്ഥാനം ലഭിച്ചിട്ടില്ല.

യൂണിവേഴ്സിറ്റിയിലെ സ്പോട്സ് വിഭാഗത്തിലെ ഡയറക്ടറായിരുന്ന ഫ്ളയിങ്ങ് സിക്ക് എന്നറിയപ്പെടുന്ന മിൽക്കാ സിങ്ങിനേയും, അവരുടെ ഭാര്യ നിർമ്മലിനേയും അവിടെ ചേർന്നതിനു ശേഷം കിരൺ സന്ദർശിച്ചു.

ഞങ്ങൾ രണ്ടു ഊപേരും നിന്നിൽ അഭിമാനിക്കുന്നു, ഇതാണ് കളിക്കാനുള്ള സാധനങ്ങൾ വെക്കുന്ന മുറി. നിനക്ക് ആവശ്യമുള്ള ടെന്നീസ് റാക്കറ്റും, പന്തുകളും കൊണ്ടു പോകാം. നിനക്ക് കളിക്കാനുള്ള സാമഗ്രികളിൽ ഒരു കുറവും ഉണ്ടാകരുതെന്ന് പഞ്ചാബ് യൂണിവേഴ്സിറ്റിയുടെ സ്പോട്സ് ഡയറക്ടറെന്ന നിലയിൽ എനിക്ക് നിർബന്ധമാണ്.

യൂണിവേഴ്സിററിയിലെ തന്റെ കാര്യങ്ങളിൽ കിരൺ വളരെ ശ്രദ്ധാലുവായി. പഠിക്കാൻ മിടുക്കിയായിരുന്ന കിരൺ കിട്ടിയ അവസരമെല്ലാം, ഉപയോഗപ്പെടുത്തുകയും, സ്വയം അവസരങ്ങൾ സൃഷ്ടിക്കുകയും ചെയ്തിരുന്നു. തനിക്ക് പ്രിയപ്പെട്ട കടയിൽ നിന്ന് പാലും, പഴവും പ്രഭാത ഭക്ഷണമായി കഴിക്കുന്നതോടെ കിരണിന്റെ ഒരു ദിവസം ആരംഭിക്കുകയായി.

കിരൺ ആദ്യമായാണ് വീട്ടിൽ നിന്നും അകന്ന് ഒരു ഹോസ്ററലിൽ താമസിക്കുന്നത്. തന്റെ കൈവശമുള്ള വസ്തുക്കൾ എപ്രകാരം നല്ല രീതിയിൽ ഉപയോഗിക്കണമെന്ന് കിരൺ മനസ്സിലാക്കി. തന്റെ കീറിയ വസ്ത്രം സൂചിയും, നൂലും ഉപയോഗിച്ച് തുന്നാനും അവിടെ കിരൺ പഠിച്ചു.

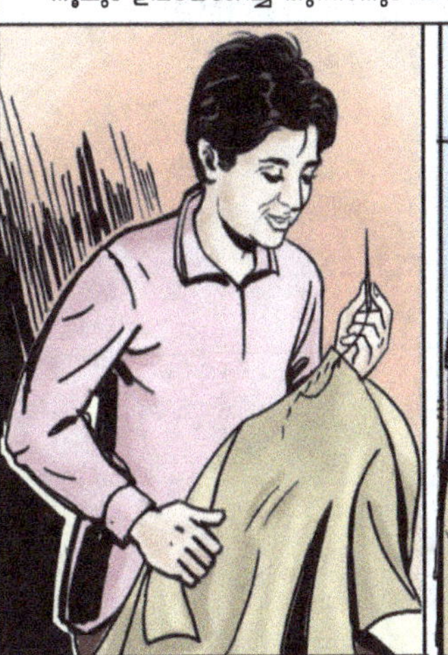

കലാപരിപാടികൾ വളരെ ഇഷ്ടപ്പെട്ടിരുന്ന കിരൺ കോളേജിലെ പല പരിപാടികളിലും പങ്കെടുത്തിരുന്നു.

ഉറക്കം വരാതിരിക്കാനായി പുറമെ ഇരുന്ന് പഠിക്കുമായിരുന്നു.

കായിക പരിപാടികളിലും പങ്കെടുക്കും.

ദില്ലിയിൽ നടന്ന കോമൺവെൽത്ത് എക്സ്ചേഞ്ച് ഓഫ് സ്ററുഡൻസ് എന്ന പരിപാടിയിൽ കിരണാണ് പഞ്ചാബ് യൂണിവേഴ്സിററിയെ പ്രതിനിധീകരിച്ചത്.

CAMPUS GIRL BAGS 'DOUBLE' IN DELHI TENNIS

Kiran Peshawaria, a student of this campus won a double crown in the Delhi Hard Court Tennis Championships held recently at the NSCI Courts from October 12—20.

In the Ladies singles, Kiran had no difficulty in putting it past Manju Gupta at 6—3, 6—4. For Kiran it was sweet revenge as she had been beaten earlier by Manju Gupta in the National Championship.

"I had gone to Delhi, determined to win the Championship", says Kiran, a regular and familiar figure on the Campus Tennis Courts. Her short hair muffled by the stiff breeze that blew across the court, a wide grin on her face, Kiran said that she was very happy that she had won.

അമൃതസറിൽ ആദ്യമായി ലൂണാ മോപ്പഡ് ഓടിപ്പിച്ച പെൺകുട്ടിയായിരുന്നു കിരൺ.

ഒരു യുവ അദ്ധ്യാപികയായ അവർ പഴയ ചട്ടം മാററി, വിദ്ധ്യാർത്ഥികൾക്ക് സ്വയം അദ്ധ്യാപകരാകാൻ പ്രേരണ നൽകുകയും, അതു വഴി അവരുടെ ആത്മവിശ്വാസം വർദ്ധിപ്പിക്കാനും ശ്രമിച്ചു.

മേഡം, എങ്ങിനെയാണ് ഇത്രയധികം കാര്യങ്ങള് നിങ്ങള് ഒരുമിച്ച് കൈകാര്യം ചെയ്യുന്നത്?
ഇത് എന്റെ പ്രകൃതമാണ്. ഒരേസമയം പല കാര്യങ്ങള് ചെയ്യേണ്ട ഒരു അന്തരീക്ഷത്തിലാണ് ഞാന് വളര്ന്നത്.
മേഡം, എപ്പോഴും പേന്റാണ് ധരിച്ചു കാണുന്നത്, എപ്പോഴെങ്കിലും സാരി ചുറ്റിയിട്ടുണ്ടോ?
കൂടുതല് സമയവും, ഞാന് പുറത്ത് യാത്രയിലോ, കളിയിലോ, സൈക്കിള് സവാരിയിലോ ആയിരിക്കും. ഇപ്രകാരം സക്രിയമായ അവസരങ്ങളില് പേന്റ് ധരിക്കുന്നതാണ് കൂടുതല് സൗകര്യം, അതിനാല് ഇതുവരെ സാരി ചുറ്റിയിട്ടില്ല.
അവസരം കിട്ടുകയാണെങ്കില് വിദേശത്ത് പോകാന് ഇഷ്ടപ്പെടുമോ?
ചുറ്റി കാണാനായി പോകും, അവിടെ സ്ഥിരതാമസമാക്കില്ല. എന്റെ രാജ്യത്തിന് വേണ്ടി സേവ ചെയ്യാനാണ് ഞാന് ആഗ്രഹിക്കുന്നത്.
സിവില് സര്വ്വീസ് പരീക്ഷക്ക് തയ്യാറാകുന്ന താങ്കള്, ഏതു സര്വ്വീസില് പോകാനാണ് ഉദ്ദേശിക്കുന്നത്?
എനിക്ക് ഏറ്റവും ഇഷ്ടം ഐ.പി.എസ്സാണ്, കാരണം അര്ഹിക്കുന്ന ഒരാള്ക്ക് ഏറ്റവും വേഗത്തില് ന്യായം നല്കാന് ഇതുവഴി സാധിക്കും.
നിങ്ങളുടെ ആദര്ശ പുരുഷന് ആരാണ്?
ആരാണോ വിവാഹം ഒരു തുല്യബന്ധമായി കരുതുന്നത്.
പണം എത്രത്തോളം പ്രാധാന്യമര്ഹിക്കുന്നു?
തന്റെ ആവശ്യങ്ങള് പൂര്ത്തീകരിക്കാന് ആവശ്യമായത്. കൂടുതലുള്ളത് മറ്റുള്ളവരുമായി പങ്കുവെക്കണം.

1972 കിരണിനെ സംബന്ധിച്ചിടത്തോളം വളരെ മഹത്വപൂർണ്ണമായ വർഷമാണ്. ആ വർഷം ഫെബ്രുവരിയിൽ ഏഷ്യൻ ടെന്നീസ് വിജയ കിരീടം നേടി. മാർച്ചിൽ വിവഹിതയായി, ജൂലായിൽ ഐ.പി.എസും നേടി.

പൂനെയിൽ ചാമ്പ്യൻഷിപ്പിനായി ബസ്സിൽ പോകുമ്പോൾ പിതാവ് ഒരു കടലാസിൽ പേനകൊണ്ട് ചില കോച്ചിങ് ടിപ്സുകൾ എഴുതി തന്നു.
മകളെ, ഇത് നിന്റെ പോക്കററിൽ വെച്ചോളൂ. ഇത് തൊടുമ്പോൾ നിനക്ക് എന്റെ മാർഗ്ഗനിർദേശം ഓർമ്മ വരും. പോയി ജയിച്ചു വരൂ, എന്റെ ആശിർവാദം നിന്റെ കൂടെയുണ്ട്.
1. FIGHT FIGHT FIGHT
2. Determination Presence of Mind - Positive Attitude
3. THAT LITTLE EXTRA
4. Concentration Anticipation - Early Running - Early Swing - Early Position
5. Energy Like A Million Batteries
6. yet Cool - Cool and Thoughtful
7. TAKE YOUR TIME - FOLLOW THROUGH
8. BEND - BEND - BEND
9. Relaxed Limbs
10. Stroke High For GOOD LENGTH
11. ALWAYS KEEP OPPONENT OUT SIDE THE BASELINE
12. PASS VERY CALMLY DOWN THE LINE OR LOB WELL
13. SERVE - THROW - SWING WELL - BODY WEIGHT - OVER THE SERVICE LINE
ALWAYS BRING A PROPER SWING - FOLLOW THROUGH
RALLY - RALLY - RALLY HIGH
AVOID THE NET - AVOID GERK
GET NEAR AND UNDER THE
BALL - BEND - BEND - BENT
KEEP IN MIND THE COOL
AND STROKING PICTURE
OF KRISH IN MIND -
PLAY ALL COURT GAME
REMEMBER YOU YOURSELF
HAVE PLAYED AND WON GREAT
FINALS WHICH HAVE BEEN
ACKNOWLEGED NEAR WORLDCLSS
GOOD LUCK AND
MY BLESSINGS ARE WITH YOU

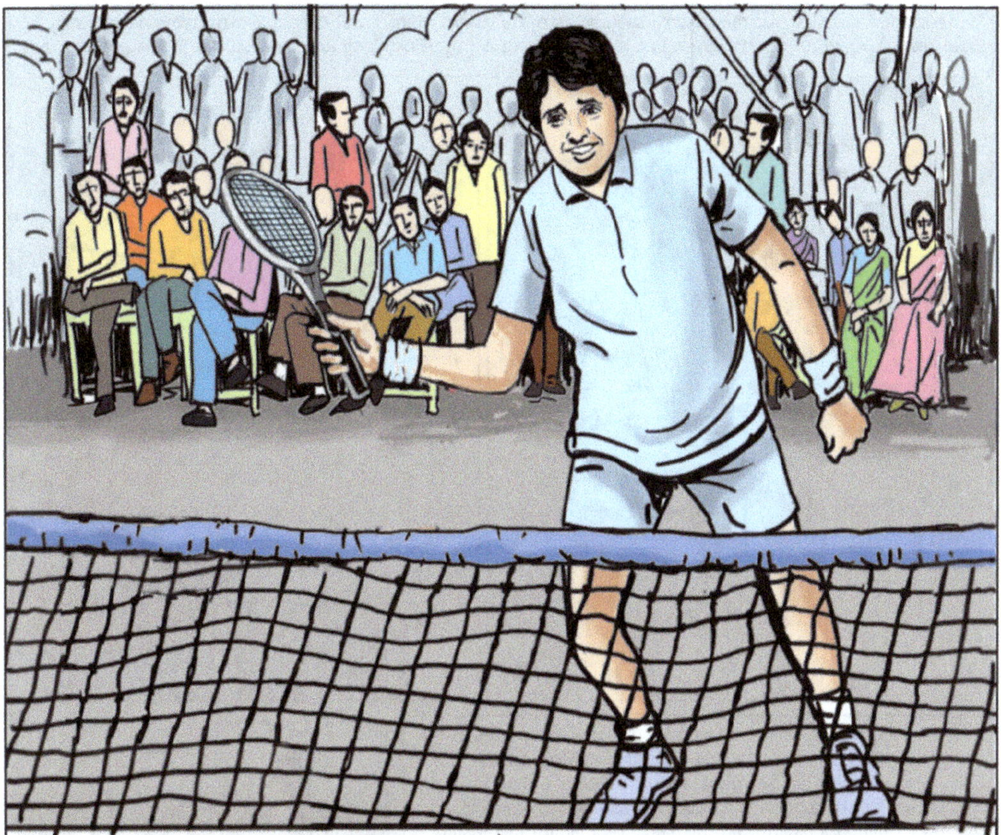

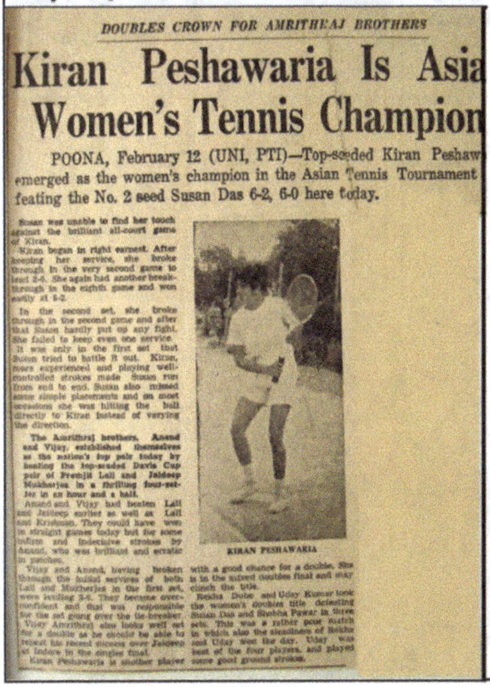

Kiran Peshawaria Is Asia[n] Women's Tennis Champion

POONA, February 12 (UNI, PTI)—Top-seeded Kiran Peshaw[aria] emerged as the women's champion in the Asian Tennis Tournament [de]feating the No. 2 seed Susan Das 6-2, 6-0 here today.

KIRAN PESHAWARIA

25

കിരണിന് പ്രേമിക്കുവാനും സമയം ലഭിച്ചു. ടെന്നീസ് തന്നെ തന്റെ ഭാവി വരനെ കണ്ടെ ത്തുവാനുള്ള ഒരു മാധ്യമമായി. എ.സി.സർവ്വീസ് ക്ലബിലെ ഒരു അംഗമായിരുന്നു കിരണിന്റെ ഹൃദയം കവർന്ന ആ ചെറുപ്പക്കാരൻ.

1972 മാർച്ചിൽ കിരണും, ബ്രിജും വിവാഹിതരായി. ഒരു മന്ദിരത്തിൽ നടന്ന ആ വിവാഹത്തിൽ രണ്ടു വിഭാഗത്തിലുള്ളവരും ആശീർവാദം നൽകി. സ്ത്രീധനമില്ലാത്ത ഒരു വിവാഹമായിരുന്നു അത്. സുഹൃത്തുക്കൾക്കും, ബന്ധുക്കൾക്കുമായി ഒരുക്കിയ സംയുക്ത പാർട്ടിയുടെ ചിലവ് രണ്ടുപേരും ചേർന്നാണ് നൽകിയത്.

കോർട്ടിൽ കളിക്കുമ്പോൾ ഉടലെടുത്ത ഈ ബന്ധത്തിനിടയി ൽ കിരണിന് കവിത എഴുതുന്ന പതിവുണ്ടെന്ന കാര്യം നിങ്ങൾക്കറിയുേ മാ?

1972 ജൂലായ് മാസം, ഇന്ത്യയിലെ ആദ്യ വനിതാ ഐ.പി.എസ് പാസായി കിരൺ, ചരിത്രമെഴുതുക തന്നെ ചെയ്തു.

ഓൾ ഇന്ത്യ സിവിൽ സർവ്വീസസിന്റെ ഫൗണ്ടേ ഷൻ കോഴ്സിന്റെ ട്രെയിനിങ്ങിൽ കിരണും, മറ്റ സഹപാഠികളും പങ്കെടുക്കുകയായിരുന്നു. അക്കാഡമിയിൽ വന്ന് ഒരു മാസത്തിനു ശേഷം കിരണിന് അന്നത്തെ കേന്ദ്ര ഗൃഹ മന്ത്രിയെ പോയി കാണണമെന്ന അറിയിപ്പ് ലഭിച്ചു.

കിരൺ നിങ്ങളെ ഡൽഹിയിലേക്ക്, വിളിപ്പിച്ചിരിക്കുന്നു, ഗൃഹമന്ത്രിയെ പോയി കാണുക.

ശരി.

കിരൺ ഇക്കാര്യം അക്കാഡമിയിലുള്ള തന്റെ മിത്രങ്ങളോട് പറഞ്ഞു.

നിന്റെ മനസ്സ് മാറരുത്. നിന്നെ ഞങ്ങൾ ആദ്യ വനിതാ ഐ.പി.എസിന്റെ രൂപത്തിൽ കാണാനാഗ്രിക്കുന്നു

ഞാനങ്ങിനെ ചെയ്യുമെന്ന് നിനക്ക് തോന്നുന്നുണ്ടോ? ഒരിക്കലുമില്ല.

ഞങ്ങൾ ഐ.പി.എസിൽ ഒരിക്കലും സ്ത്രീകളെ നിയോഗിച്ചിട്ടില്ലെന്ന്, കിരൺ നിനക്കറിയാമോ? ഇത് വളരെ വിഷമം നിറഞ്ഞതാണ്, അതിനാൽ വീണ്ടും ഒരിക്കൽ കൂടി ചിന്തിക്കൂ.

ഇല്ല സാർ, എനിക്ക് ഇന്ത്യൻ പോലീസ് സർവ്വീസിൽ തന്നെയാണ് താൽപര്യം, എന്റെ തീരുമാനം വളരെ സ്പഷ്ടമാണ്, അതിൽ ഒരു മാറ്റവുമില്ല.

K.C. PANT

നാഷണൽ പോലീസ് അക്കാഡമി, മൗണ്ട് അബു, രാജസ്ഥാനിൽ ട്രെയിനിങ്ങിൽ എടുത്ത കിരണിന്റെ ചിത്രം.
ആദ്യ വനിതാ പോലീസ് ആഫീസറായ അവരുടെ ഇന്റർവ്യൂ മാധ്യമങ്ങൾ സംപ്രേഷണം ചെയ്തു.
നിങ്ങൾക്ക് മററു പല വികൽപ്പങ്ങളുണ്ടായിട്ടും, എന്തുകൊണ്ടാണ് ഇന്ത്യൻ പോലീസ് സർവ്വീസ് തന്നെ തിരഞ്ഞെടുക്കാൻ കാരണം.
തെററിനെ എത്രയും പെട്ടെന്ന് ശരിയാക്കി മാററാൻ കഴിവുള്ള ഒരു വലിയ ബലമാണ് എന്നെ സംബന്ധിച്ചിടത്തോളം പോലീസ് ജോലി. പെട്ടെന്ന് മാററം വരുത്താനും, ഉടൻ ന്യായം നടപ്പിലാക്കാനും കഴിയും, അതാണ് എന്റെ ലക്ഷ്യം.
നിങ്ങൾ ആദ്യ മഹിളാ ആഫീസറായതിനാൽ പുതിയ യൂണിഫോം തയ്യാറാക്കുകയാണ്.
ഞാൻ കൂടുതലും സ്പോട്സ് ഡ്രസ്സും, എൻ.സി.സി യൂണിഫോമും ധരിക്കാറുള്ളതിനാൽ എനിക്ക് പുരുഷന്മാരുടെ രീതിയിലുള്ള വസ്ത്രം ധരിക്കുന്നതിൽ ഒരു പ്രയാസവുമില്ല.
നിങ്ങൾക്ക് താമസിക്കാനുള്ള ക്വാർട്ടേഴ്സ് എവിടെയാണ്?
ഞാൻ ടെന്നീസ് കളിക്കുമ്പോൾ മററുള്ളവരുടെ കൂടെ അവരുടെ മുറിയിൽ താമസിക്കുമായിരുന്നു, അതിനാൽ ഇവിടെയും മുതിർന്നവരുമായി ഒരുമിച്ച് താമസിക്കുന്നതാണ്.
നിങ്ങൾക്കായി പ്രത്യേക ഔട്ട് ഡോർ ട്രെയിനിങ് പ്രോഗ്രം തയ്യാറാക്കുകയാണ്.
ഇത്തരം കായിക പരിശീലനം ഞാൻ ടെന്നീസ് മൽസരങ്ങളിൽ കളിക്കുമ്പോൾ ചെയ്യാറുള്ളതിനാൽ അതിന്റെ ആവശ്യമെന്താണ്?

റൈഫിൾ ട്രെയിനിങ്ങാണെങ്കിലും
ടാർഗററ് പ്രാക്റ്റീസ് സെക്ഷനാണെങ്കിലും
...അശ്വാരൂഢ പോലീസ് വിഭാഗത്തെ നയിക്കുമ്പോഴാണെങ്കിലും
കുതിര സവാരി ചെയ്യുമ്പോഴും
കിരൺ തന്റെ ഭർത്താവ്
ബ്രിജുമൊത്ത് അക്കാഡമിയിൽ

മൈതാനത്തിൽ ഓടുമ്പോഴാണെങ്കിലും ഏതിലും കിരണിനെ മുന്നിൽ തന്നെ കാണാം.

ജമ്മു കാശ്മീരിലെ ട്രെയിനിങ് സമയത്ത് സൈനീകരോടൊപ്പം കിരൺ.

കിരണും, തന്റെ കൂട്ടുകാരും ഭാരത് ദർശൻ പരിപാടിയുമായി ഡൽഹിയിലെത്തിയപ്പോൾ, അന്നത്തെ രാഷ്ട്രപതി വി.വി.ഗിരിയോടൊപ്പം.

പരിശീലനത്തിനു ശേഷം കിരൺ ഡൽഹി പോലീസിൽ ചേരുകയും, 1975 ജനുവരി 26 റിപ്പബ്ലിക് ദിനത്തിൽ ഡൽഹി പോലീസിന്റെ നേതൃത്വത്തിനുള്ള അവസരമുണ്ടായി.

പരേഡിന് ശേഷം കിരണിന്റെ അമ്മ അഭിമാനത്തോടെ മകളെ കെട്ടിപ്പുണർന്നു.

വളരെ വളരെ അഭിനന്ദനം, മകളെ ഇത് വെറും തുടക്കമാണ്.

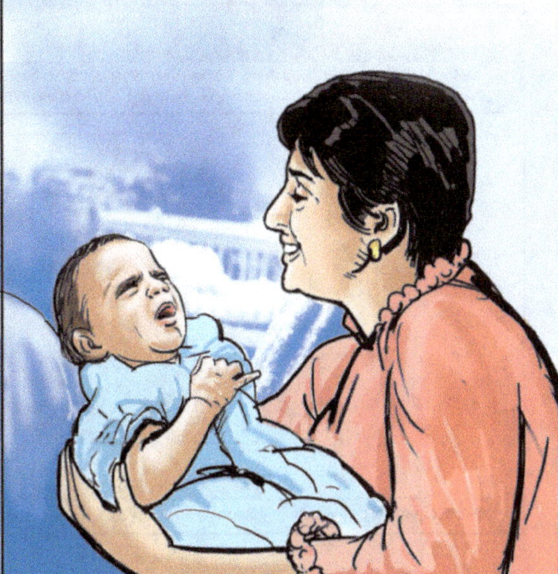

1975 സപ്തംബറിൽ കിരൺ ഒരു സുന്ദരിയായ മകളുടെ അമ്മയായി.

ഈ പരമ്പയിലെ അടുത്ത ഭാഗം

കിരൺ ബേദി ഒരു മുതിർന്ന പോലീസ് ആഫീസറായി ജോലി ചെയ്ത വർഷങ്ങൾ

1979 ഇന്ത്യാ ഗെയിറ്റിന് സമീപമുണ്ടായ കലാപം ഒരു പോലീസ് മേധാവി എന്ന നിലയിൽ സഫലമായി കൈകാര്യം ചെയ്തതിന് രാഷ്ട്രപതി വീരതാ മെഡൽ സമ്മാനിക്കുകയുണ്ടായി.

1982 ൽ ഡൽഹിയിൽ നടന്ന 9-ാം ഏഷ്യൻ ഗെയിംസിൽ ഡി.സി.പി ട്രാഫിക് ആയിരുന്ന കിരൺ ബേദി, ഗതാഗതം നിയന്ത്രിച്ചുകൊണ്ട്.

1994 ൽ ഏഷ്യയിലെ നോബൽ പ്രൈസിന് തുല്യമായ രെമൺ മെഗസൈസെ പുരസ്ക്കാരം മനിലയിൽ വെച്ച് സ്വീകരിക്കുന്നു.

ഇൻസ്പെക്ടർ ജനറൽ തീഹാർ ജയിൽ

2003-2005 യുണൈറ്ററഡ് നേഷൻസ് (ന്യൂയോർക്ക്) 'പീസ് കീപ്പിങ്ങ്' വിഭാഗം സെക്രട്ടറി ജനറലിന്റെ പോലീസ് ഉപദേഷ്ടാവ് എന്ന നിലയിൽ.